மழலை கவிகள்

ஜேம்ஸ்.ஸ்ரீ

ஏலே பதிப்பகம்

மழலை கவிகள்
ஆசிரியர் ©**ஜேம்ஸ்.ஶ்ரீ**

முதற்பதிப்பு 2021
பக்கங்கள் 96

ISBN 978-93-91423-45-2

புத்தகம் வெளியிடு
ஏலே பதிப்பகம்
aelaypublish@gmail.com
phone – 9944992571

Aelay Publish
www.aelaypublish.com

முன்னுரை;

"நாம் சொல்ல வரும் கருத்தினை ஒரு சில வரிகளில் திறம்பட வெளிப்படுத்தும் முறை தான் கவிதை ஆகும் ,**நாம் எழுதும் கவிதைகள் எளிதாகவும் பிறருக்கு புரியும் வண்ணம் இருப்பதுதான் மக்களிடம் சிறந்த இடம் பிடிக்கும் என்ற சுரதாவின் வார்த்தையின் படி** .இப்புத்தகம் எழுதப்பட்டுள்ளது

இப்புத்தகத்தின் உள்ள ஒவ்வொரு கவிதைகளும் என் எண்ணங்களை மட்டும் அல்ல மற்றவர் மனதில் உள்ள எண்ணங்களையும் இதில் கவிதை மொழியில் வெளிகாட்டியுள்ளேன்"

எதிர்மறை கவிஞனின்
மழலை கவிகள்

தமிழே

நாட்டில் பிறந்தவன் குடிமகன் தானே
தமிழில் பிறந்தவன் தமிழன் தானே
மீசைய முறுக்கி கூறு
நீ தமிழன் என்று கூறு
தாயாக நீ இருந்தாய் தமிழே
எங்கள் வாழ்க்கையில் கலந்தாய்
இன்று எங்கள் மனங்களில் நிறைந்தாய்

தமிழ் தாய்

என்னை பெற்று எடுத்த தமிழ் தாயே
என்றும் உனக்கு நான் சேவை செய்வனே
உன்னை போற்ற வார்த்தைகள் இல்லை
இல்லை என்று சொல்ல உன்னிடம் எதுவும் இல்லை
சுடரில் எரியாமல்
கடலிலும் கரையாமல்
காலத்தையும் வென்றாய்
நம் தமிழர் வாழ்வையும் மீட்டாய்

சாதனை செய்

பிறந்ததற்கு ஏதாவது செய்
உன் நினைவில் அதை வை சாதனைகள் பல செய்ய
வேண்டும் பிறர் நலன் கருதி வாழ வேண்டும் ஆசைகள்
பல இருப்பினும்
அதை பேராசையாக மாற்றிவிடாதே
அதனால் முயற்சி செய்
நீ இப்பொழுது!
வெற்றி பெறுவாய்
நீ எப்பொழுதும்!

முயற்சி செய்

முயற்சி செய்து கொண்டே இரு
உன்னால் முடிந்த வரை அல்ல
நீ அதை அடையும் வரை
வாழ்க்கையில் இடையூறுகள் பல வரலாம்
உன் வாழ்க்கையே மாற நேரலாம்
தோல்வியோ வெற்றியோ
முயற்சி செய்து கொண்டே இரு
உன் பிறப்பிற்கு ஏதாகிலும் செய்ய வேண்டும் என்று இரு
இவ்வுலகை நாம் ஜெயித்து விடுவோம் என்று இரு
அதற்கு உன் முயற்சியை இன்றே கொடு

வெற்றி

ரத்தமில்லா யுத்தமில்லை
வேர்வையில்லா முயற்சி இல்லை
முயற்சியில்லா வெற்றியே இல்லை

மனம் தளராதே

மனம் தளராதே
மனதை குழப்பிகொள்ளாதே
இது தான் உலகம் என்று ஏற்றுக்கொள்
இருக்கும் வாழ்வை உனக்கென்று மாற்றிக்கொள்
சோர்வு உன்னை சோதிக்க விடாதே
வெற்றி பெற்றால் தலைக்கனம் கொள்ளாதே
தாழ்மையாக இரு
தளராத மனதோடு திடமாய் இரு

நன்மை செய்திடு!

இருக்கும் வரையில் இருப்பிடமே
இறந்த பிறகு கல்லறையே
காதலும் வேண்டாம்
சாதலும் வேண்டாம்
கேட்கும் யாவும் கிடைப்பதில்லை
கிடைப்பவை யாவும் நிரந்தரமில்லை
அழிய வாழ்வு எவருக்கும் இல்லை
அழிய அழிந்த பிறகு வாழ்க்கையே இல்லை
இருக்கும் வரையில் வாழ்ந்திடு
நாளுக்கொரு நன்மையை செய்திடு

படிகல்! அடிகல்!

நீ முயற்சித்து வைக்கும் ஒரு படிகல்லும்
உன் வெற்றிக்கு அடிகல்லாக இருக்கும்

நீ

நீ நீயாகவே இரு
உன்னை நீ மாற்ற நினைத்தால்
நீ என்ற ஒருவன் அழிந்துவிடுவான்

உன் வாழ்க்கை

உன் வாழ்க்கை என்பது நீ வாழத்தான்
பிறர் வாழ்வதற்கு அல்ல - அதனால்
உன் வாழ்க்கையை நீ வாழ்ந்து கொள்
பிறர் வாழ்க்கையை வீணாக்காமல் நடந்துகொள்

சிரிப்பு

உன் சிரிப்பை
சிறைக்குள் பூட்டி வைக்காதே
சிறகடித்து பறக்க விடு
உன் மனக்கவலைகளை துக்கிலிடு

எறும்பை போல

எறும்பை போல உழைத்தேன்
இரும்பை போல உறுதியாய் நின்றேன்
காதல் என்னும் கடலில் மூழ்கவுமில்லை
நட்பினால் அழியவும் இல்லை
துரோகத்தால் மடியவுமில்லை
ஏமாற்றங்கள் பல இருந்தது
என் வாழ்வே மாறி போனது
இருந்தாலும் என் மனம் தளரவில்லை
என்னை தள்ளியவர்களை நினைக்கவில்லை

குடும்பம்

குடும்பம் என்ற கூடே
அனைவரும் ஒன்றாக வாழும் வீடே
சந்தோஷமாக வாழ்வோமே நம் குடும்பத்திலே
கூடி கூடி பேசுவோமே சிலகதைகளே
கஷ்டங்கள் பல வந்தாலும்
ஒன்றாகவே இருப்போம்
ஒருவருக்கு ஒருவர் துணையாக நிற்போம்
சண்டைகள் பல போட்டாலும்
மீண்டும் சேருவோம்
இறுதி வரை ஒன்றாகவே இருப்போம்
இதுவே எங்கள் குடும்பம்
என்றும் அன்பு நிறைந்த இடம்

தாய்க்கு ஒரு கவிதை

இவ்வுலகில் உம் மகனாய்/மகளாய் நான் பிறந்தேனே
அதை எண்ணி மகிழ்ந்தேனே
குறைவு ஒன்றும் இல்லையே
உம்மிடத்தில் இருந்தப்பொழுதிலே
நான் கவலையில் இருந்த பொழுதிலே
என்னைத் தேற்றியது உன் வார்த்தைகளே
பிறந்த பொழுதில் அம்மா என்று சொல்வேனே
இப்போ இறந்தால் கூட அம்மா என்று தான் சொல்லுவேனே
நீர் மட்டும் போதுமே
உம்மையே நேசிப்பனே

தந்தைக்கு ஒரு கவிதை

என் தாய் என்னை கருவறையில் சுமந்தாலும் நீரோ
உம் நெஞ்சுளே என்னை சுமந்திர்
எனக்காய் யாவையும் செய்து முடிப்பீர்
உம்மை நான் தோழன் என்றும் சொல்லுவேன்
உம் தோளிலே ஏறி இவ்வுலகை நான் காண்பேன்
நான் தவறு செய்யும் பொழுதில்
என்னை நீர் கண்டித்தீர்
நான் உம்மை விட்டு விலகி செல்லும் போது
என்னை நீர் அணைத்துக்கொண்டீர்
இதை போல நீர் என்னுடனே இருக்க வேண்டும்
இந்த நாளை எங்களுடன் கொண்டாட வேண்டும்

உடன் பிறப்பு

தாயைப் பார்த்த பின் உன் முகத்தைப் பார்த்தேன்
நான் அழுத பொழுது என்னை சிரிக்க வைத்தாய்
தவறு செய்த பொழுது நண்பனாக திருத்தினாய்
புரியாத பாடங்கள் படித்த பொழுது புரிய வைத்தாய்
உதவி என்று வந்தபோது யாரும் உதவ வரவில்லை நீ
மட்டுமே வந்தாய்
எனக்கு உதவி புரிந்தாய்
தாயோடு இருந்த நாட்களை விட
உன்னோடு இருந்த நாட்கள் அதிகம்
தாய் இல்லாத பொழுதிலும் தாயாக தேற்றினாய்
நண்பர்கள் பிரிந்த பொழுதிலும் — நீ என்னைவிட்டு
பிரியவில்லை
உறவுகள் என்னை மறந்தாலும். — நீ என்னை
மறக்கவில்லை
என் உடன் பிறந்தவள் நீ மட்டுமே
என்னை புரிந்து கொண்டதும் நீ மட்டுமே
உன்னை மட்டுமே நினைத்திருப்பேன்
என் உடன் பிறந்தவளே

பாட்டி

பாசத்தில் தாயை தோற்கடிக்கும் ஓர் உறவு
நம்மை தூக்கி தாலாட்டிய பேரன்பு
நம்மை என்றும் விசாரிக்கும்
விசாலமான மனது
நம்மை விட்டு சென்றாலும்
நிலைத்திருக்கிறது
அவர்களின் நினைவு

தங்கை

தங்கை என்பவள் உன்னை போல் வேண்டும் எனக்கு
என்னை தேற்றும் ஒரு தாயாக
என்னை புரிந்துகொள்ளும் ஒரு தோழியாக
என்கூடவே இருக்கும் ஒரு உயிராக

அண்ணன் தங்கை

என் பாசம் உள்ள அண்ணனே
உன் பாச மலர் தங்கை நானே
நீ என் கூடவே இருந்தாய்
ஒரு தோழனை போல
அனைத்திலும் இருந்தும் என்னை காத்தாய்
ஒரு தகப்பனை போல
உன் அன்புக்கு ஈடு இல்லை இவ்வுலகத்திலே
நம்மை போல ஒரு அண்ணன் தங்கையில்லை
இம்மண்ணிலே
உன் அன்பை இக்கவிதையால் விளக்க இயலாதது
நம் இருவரின் உறவானது எவராலும் பிரிக்க முடியாதது

திருநங்கை

இவ் வுலகமே மதித்திடு
இவர்களும் மனிதர் என்று நினைத்திடு
முக்காலத்தில் இவர்களை மதித்தனர்
இக்காலத்தில் இவர்களை வெறுத்தனர்
காலங்கள் மாறியது
இவர்களை ஒரு மாறியாக கருதினர்
இப்போ இந்த நிலையை மாற்ற வேண்டும்
சமுதாயத்தில் ஒரு புரட்சியை கொண்டுவர வேண்டும்
பணிகள் பல தர வேண்டும்
பிணியைப் போக்க மருத்துவம் வேண்டும்
அனைவருக்கும் கல்வி வேண்டும்
இதை சமமாக தரவேண்டும்
இதுவே போதும் இவர்களுக்கு
அவர்கள் மென் மேலும் சாதிக்க
சிறந்த மனிதராய் வாழ

உண்மை நட்பு

உன்னை நேசிக்க ஒரு மனம் தேவை
அதுவே உன் நண்பனாம்
உன்னை தாங்க ஒரு தோள் தேவை
அதுவே உன் தோழனாம்
யாராக இருப்பினும் நண்பனைப் போல் ஆகுமா
உயிருக்கு உயிரும் தோளுக்கு தோள் தருவான்
உன் உயிர்காக்க தன்னுயிரை கொடுப்பான்
உன் மானத்தை காக்க தன் மானத்தையும் விடுவான்
அவனே உன் உண்மை நண்பன்

மூவர்

நண்பர்களாய் கூடினோம் மூவராக
நிழல் போலவே தொடர்ந்தோம்
ஒருவர்க்கொருவர் துணையாகவே நின்றோம்
யாருமில்லாமல் இருந்தது இல்லை
உன்னை போல எவரும் இல்லை
என்னை விட்டு கொடுக்காதவனும் நீயே
என்னை விட்டு போகாதவனும் நீயே
மூவராக இருந்தாலும்
ஒன்றாகவே இருந்தோம்
முக்காலத்திலும் ஒன்றாகவே இருப்போம்

ஆணின் பெண் தோழி

நண்பர்கள் பலர் இருப்பினும் நீ மட்டுமே
என் தோழியாவாய்
உடன்பிறந்தவள் போலவும் நீ இருந்தாய்
ஒரு நண்பனாகவும் இருந்தாய்
தவறு செய்த பொழுதில் என்னை கண்டித்தாய்
நான் கவலையில் இருந்த பொழுதில் என்னை தேற்றினாய்
நான் அழுத பொழுதில் யாரும் வரவில்லை
நீ மட்டுமே வந்தாய் என் கண்ணீரை துடைத்தாய்
நீ மட்டுமே என் தோழி மற்றவரெல்லாம் போலி
பலர் நம்மை தவறாக சொன்னாலும் நீயோ என்னை விட்டு
பிரியவில்லை நம் நட்பை பொய்யாகவில்லை
நீயே என் தோழி நானே உன் தோழன்

நண்பர்கள் பல இருப்பினும்
தோழி என்ற ஒருவள் தேவை
உன் குறைகளை தீர்க்க
உன் மனக் கவலைகளை போக்க
யாரு என்ன சொன்னாலும்

நண்பன்

நீ என்னோடு இருப்பாய்
எனக்கு துணையாக நிற்பாய்
என்னை தாங்கும் ஒரு தூணாக
எனக்காய் யாவையும் செய்யும் நண்பனாக

கடிகாரம்

நீ என்னை கூப்பிடும் போது
உன்னை நான் கண்டுக்கவில்லை
இப்பொழுது நான் எழுந்தேன் உன் பேச்சை அடக்க

உன் - கடிகாரம்

மது

வாழ்க்கை என்பது வாழத்தான்
ஆனால் நீயோ உன் வாழ்வை அழித்தாய்
இந்த குடிக்காய்

பிரியாணி

அனைவர்க்கும் பிரியமானவன்
என் வயிற்றிற்கு போதுமானவன்
இன்னும் வேண்டும் என்று கேட்க தூண்டுபவன்

அவன் - பிரியாணி

காபி,டி

காலையில் உன்னை நான் குடிக்காமல் இருந்தது இல்லை
மாலையில் உன்னை நான் குடிக்காமல் தூக்கம் வருவதுவும் இல்லை

உன்னை -காபி,டி

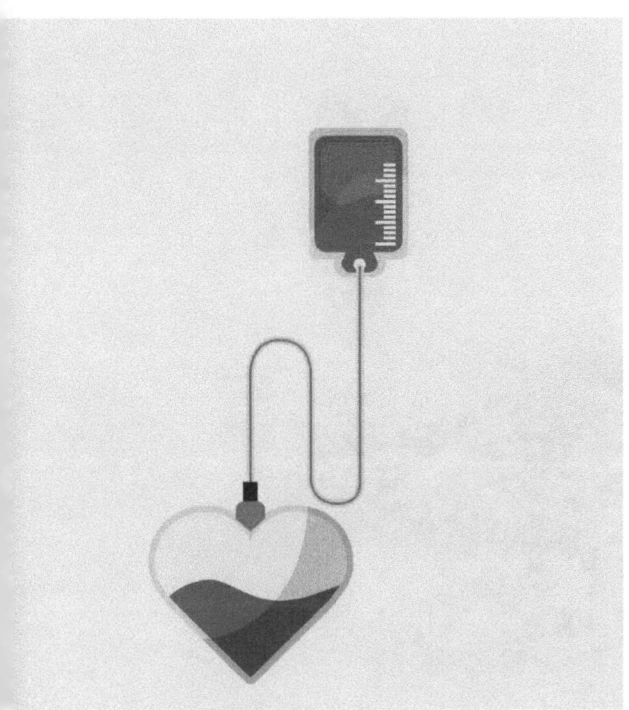

இரத்தம் சிந்தி

உன்னை என் ரத்தத்தை சிந்தி படைத்தேன்
ஒரு கவிதையாக

உன்னை - பேனா
ரத்தம் - மை

பீட்சா

நீ ஏன் எனக்கு பிடிக்கும் என்று தெரியவில்லை
ஆனால் நீயோ எனக்கு பிடித்தாய்
உன்னை உண்ண வேண்டும் என்ற ஆசையை என்னுள்
விதைத்தாய்

நீ- பீட்சா

பிரியாணி-2

நீ இல்லாத இடமே இல்லை
உன்னை கண்டு மயங்காத ஒருவரும் இல்லை
உன்னை போதும் என்று சொல்வது
உன் வாய் மட்டும் தான் - ஆனால்
உன் மனமோ அதை சொல்லாது
இனிமேலும் சொல்லாது
நீ வேண்டாம் என்று

நீ - பிரியாணி

வெங்காயம்

எதற்கும் அழுவாத நீ
எனக்காய் அழுதாய்
உனக்கு காயம் பட்ட பொழுதும் நீ அழவில்லை
ஆனால் எனக்கு காயம் படும் பொது நீ அழுதாய் எதற்காக??

எனக்கு - வெங்காயம்

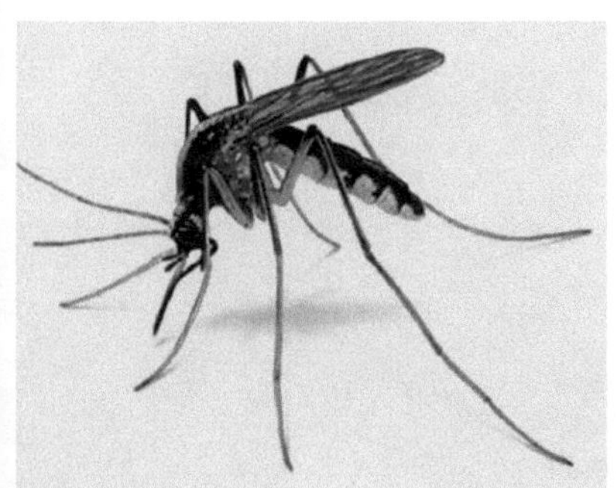

கொசு

உன்னால் தினம் தினம் தொல்லையே
என் ரத்தத்தை எல்லாம் உரிந்து எடுப்பாயே
என்னை தூங்க விடாமலும் செய்வாயே
என்றும் என் உயிரை வாங்குவதும் நீயே

உன்னால்- கொசு

இது உலகமா?நரகமா?

இது என்ன உலகமா இல்லை
நரகமா என்று நினைக்க தோன்றது
உயிரை வாங்கும் கொல்லை நோய்கள்
கொள்ளை அடிக்கும் மருத்துவமனைகள்
உழவு என்பது .மறைந்து
ஊழல் என்பது பெருகினது
இப்போ இங்கு வறுமை கிடக்கிறது
குடிமை இல்லாமல் இங்கு தவிக்கின்றனர்
இங்கு குடித்து கொண்டு ஆடுகின்றனர்
இந்த நிலை மாற வேண்டும்
இதை மாற்ற நாம் முன் வர வேண்டும்

மனிதனின் ஆசை

மனிதரின் ஆசைகள் கடல் போன்றது
அது பெரிதாகுமே தவிர
ஒருபோதும் குறையாது
அவர்களின் மனதை விட்டு
ஒருபோதும் நீங்காது

இது தான் உலகம்

நம்மை விரும்புபவர்களும் இருக்கின்றனர்
நம்மை வெறுப்பவர்களும் இருக்கின்றனர்
இவற்றுக்கு இடையில் நாமும் இருக்கின்றோம்
இது தான் உலகம் என்று வாழ்கிறோம்

மனிதன்

பிறப்பதும் இறப்பதும் மண்ணில் உயிர்
வாழ்வதோ விண்ணில்
சொர்கமா நரகமா என்று தெரியுமா
அப்படித் தெரிந்தாலும் நமக்கு அது புரியுமா
உறவுகள் இருந்தும் என்ன. முறிவதற்காக
நண்பர்கள் இருந்தும் என்ன பிரிவதற்காக
ஆயிரம் வழிகள் இருந்தாலும்
தீய வழியில் சென்றான்
உயிர் பிரிந்தான்
முன் பேசினவன் இப்போ பின் பேசுவான்
செய்ததை மறந்து
செய்யாத ஒன்றை நினைவில் வைப்பான்
பணத்தைப் பார்த்து பின்
நம் முகத்தை பார்க்க மாட்டான்
என்னை மறந்தான் உன்னையும் ஒருநாள்
மறப்பான் அவனே மனிதன்

உறவு

உறவுகள் பல தேவை
உன் உணர்வுகளைப் புரிந்து கொள்ள
உன் உயிரை வாங்குவதற்கு அல்ல
உன் உயிராக நிற்பதற்கு

பொய் வாழ்வு

உண்மையாக நான் இருக்கும் பொழுது
என்னிடம் யாரும் வரவில்லை
இப்போ பொய்யாக நான் இருக்கும் பொழுது
எல்லாரும் வந்தார்கள் பொய்யாக என் பின் நின்றார்கள்

உழவனின் நிலை

மனிதன் உழைப்பது உணவுக்காய்
உழவனோ அதை தருகிறான்
அந்த நிலை மாறியது
ஒய்வில்லாமல் உழைத்தான் இப்போ அந்த வேலைக்காய்
மரிக்கிறான் அப்படி மரித்தாலும் ஒன்றும் பயனில்லை
அதுவோஅவனுக்குப் புரியவில்லை
மண்ணில் உழைப்பவனுக்கு நாட்டில் உரிமை இல்லை
அதை கேட்டாலும் அவனை மதிக்கவில்லை
கடன் வாங்கி பசியை போக்கினான்
இப்போ பசியை மறந்து கடனை கேட்கிறான்
உணவுக்கொடுப்பவனுக்கு இப்போ உணவு இல்லை
அதை கேட்க ஒரு நாதியும் இல்லை
இப்போ இதுவே உழவனின் நிலை

வலிகளின் வரிகள்

நான் எழுதும் கவிதைகள்
வரிகளை கொண்டு அல்ல
வழிகளை கொண்டு
கண்ணீர் துளிகள்
நீர்ச்சுவடியை என் கன்னத்தில் விட்டு சென்றது
கூறிய வார்த்தைகள்
யாவும் மனதில் தழும்பாய் ஆனது
செய்த வாக்குறுதிகள்
யாவும் பொய்யானது
உடன் இருந்த உறவுகள்
உறவை முறித்து சென்றது

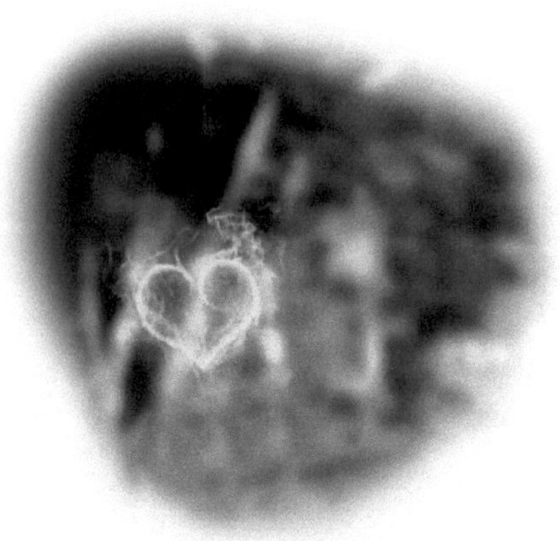

அந்நியர்கள் ஆகினார்கள்

நம்மோடு இருப்பர் என்று எண்ணியவர்களுக்கு
நாம் அணியவர்கள் ஆகினோம்
உலகம் இது தான்
என்று புரிந்து வாழ்வோம்

பிரிவில் வரும் கண்ணீர்

காதலின் பிரிவில் வரும் கண்ணீர் துளிகளை விட
ஒரு நண்பனின் பிரிவில் வரும்
கண்ணீர் துளிகள் மிகுதியாய் இருக்கும்

தேடி செல்லாதே

காதலியோ நண்பனோ
நீ அவர்களை தேடி செல்லாதே
நீ தேடி செல்லும் நண்பனோ காதலியோ
உன்னை நினைவில் கூட வைத்துகொள்ளமாட்டார்கள்

பசி

பசி என்னும் பிணியில் நான் விழுந்தேன்
அதை என்னால் போக்க முடியவில்லை
இப்போ அப்பசியே எனக்கு வரவில்லை
நான் மறைந்த பிறகு

கர்மா

நீ ஒருவனுக்கு தீமை செய்தாய்
பலர் உனக்கு தீமை செய்தனர்
நீ ஒருவனை வெறுத்தாய்
பலர் உன்னை வெறுத்தனர்
நீ ஒருவனை காட்டி கொடுத்தாய்
பலர் உன்னை காட்டி கொடுத்தனர்
நீ ஒருவனை ஏமாற்றினாய்
பலர் உன்னை ஏமாற்றினார்
நீ ஒருவனிடத்தில் பறித்தாய்
பலர் உன்னிடம் இருப்பதாய் பறித்தனர்

இவை எல்லாம் என்ன
நீ பெற்ற வராம
இல்லை சாபமா
இல்லை இது கர்மா வா.

நட்புக்குள் துரோகம்

நீ என்னோடு இருந்தாய் ஆனால்
என்னை நினைத்து இருக்கவில்லை
எனக்கு உதவி செய்தாய் ஆனால்
உன் மனம் அதை ஏற்கவில்லை
நாம் சிரித்தோம் நீயோ
போலியாக சிரித்தாய் — உலகில்
நீ. மட்டும் போதும் என்று எண்ணினேன்
அந்த எண்ணம் தவறாகி விட்டது
உண்மை நட்பு நீ இல்லை
என்று தெரிந்தது
என் மனம் உன்னை மறந்தது
நட்பு என்பதில் துரோகம் இருக்க கூடாது
நீயோ அதை செய்தாய்
என்னை விட்டு பிரிந்தாய்

அம்மாவின் அழுகை

என் கருவில் இருந்து பிறந்தவன் நீயே
உன் பெயர் வைக்கும் பொழுதிலே நீ உலகத்தை
வென்றுவீட்டாய்
எப்பொழுதும் உன்னை நினைத்து கொண்டே இருந்தேன்
நீ என்னை மறப்பாயா
அன்பு குறைவு பட்ட போதும் அதை நிறைவாக்கினேன்
கனா பல கண்டேன் நீ மலரும் வரை
மலர்ந்த பின் — நீ ஏன்
என்னை விட்டாய் இந்த இடத்தில்
நீ உன் நினைவில் இருந்து என்னை எடுத்தாய்
நானோ உன்னை நினைத்து துடித்தேன்
உன் ஞாபகம் வரும் போது
உன் முகத்தை பார்க்க இயலவில்லை
நான் கண்ணீர் சிந்தும் போதும்
நீ வரவில்லை ஏன்
என் ஞாபகம் வரவில்லையா
நான் படும் துக்கம் உன் கண்ணில் தெரியவில்லையா
ஏன் என்று சொல்லு
உன்னை நினைத்து கொண்ட இருப்பேன்
உன் தாய்

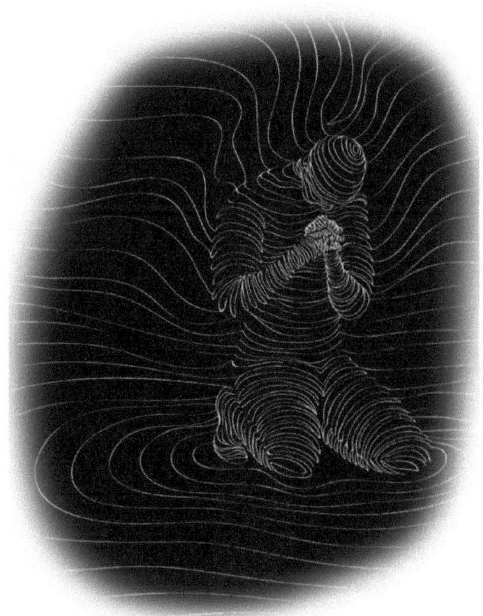

இறுதி வரை நீயே!!

யாரையும் நேசிக்காதே
உன்னை தவிர
யாரையும் வெறுக்காதே
உன்னை தவிர
ஏன் என்றால் உன்னை தவிர வேறு ஒருவரும் இறுதி வரை
இருப்பதில்லை

மனிதாபிமானம் எங்கே ?

மனிதனே உன் பண்பு எங்கே
மனித தன்மையின்றி அலைகிறாயே
உன்னை கேட்க எவரும் இல்லை என்று எண்ணுகிறாயே
பிறந்த குழந்தையையும் சீரலிகின்றாய்
உன் காம வெறியை அதின் மேல் திணிக்கிறாய்
இதை கேட்க வந்தாலும்
அவர்களை மறகடிக்கிறாய்
புது புது காரியங்கள் பின் செல்லவைகிறாய்
மனிதன் என்பவன் இன்று மிருகாமகிறான்
மிருகம் போல ஒரு மனிதனை நடத்துகிறாய்
நீ செய்த கொடுமைகள் ஏராலம்
அவர்கள் இழந்தவைகளும் ஏராலம்
நீதியை கேட்டால்
நிதியை தந்தாய்
அவர்களை வீதியில் நின்று அழவைக்கிறாய்
அவர்கள் செய்த குற்றத்திற்கு தண்டனை தர மறுக்கிறாய்
செய்த குற்றத்திற்கு தண்டனை கொடு
அதே இன்றே கொடு
அவர்களுக்கு நீதியை கொடு

அலைபேசி

என்னை நீ அழைத்து பேசினாயே
என் அலை பேசியே
அனைவரையும் வெறுத்து உன்னை நான் நேசிக்க
செய்தாய்
உன்னோடே அதிக நேரம் பேசி செய்தாய்
நீயோ என்னை உனக்கு அடிமை ஆக்கினாய்
உன்னிடத்தில் இருந்து எனக்கு விடுதலை கொடுக்க
மறுத்தாய்
நானும் உன்னிடத்தில் அதை கேட்கவில்லை
அப்படி நீ அதை கொடுத்தாலும்
உன்னை விட்டு என்னால் வர முடியவில்லை

மறதி

மறப்பதே மனிதரின் குணம் என்பர்
ஆனால் இங்கு
மரகவெண்டியவைகளை மறவாமல் இருக்கின்றனர்
மறக்ககூடாதவைகளை மறக்கின்றனர்
அதை மறைக்கின்றனர்

தனித்தவன் (single)

தனியாக இருக்கிறோம் நாங்கள் தானே
இருந்தாலும் தனித்து நிற்கிறோம்
காதல் என்பது இல்லையே
இருந்தாலும் எங்களிடம் நட்பு உள்ளதே
தொல்லைகள் இல்லையே
காதல் தோல்விகளும் இல்லையே
பொய் சொல்ல தேவை இல்லை
தாயின் அன்பை விட்டு பிரிய தேவை இல்லை
எங்கள் வாழ்வில் காதல் என்பதே தேவை இல்லை

பிரிவு

ஒரு மனிதனின் வாழ்வில்
பிரியாத நண்பரும் இல்லை
தான் நேசித்த காதல் பிரியாமல் இருந்ததும் இல்லை

குறைகள்! பழிகள்!

குறைகள் பல கூறுவோம் பிறர் மீது
நம் குறைகளை மறந்து
பழிகள் பல சொல்லுவோம்
நம் பழிகளை மறைத்து

இராணுவம்

தாய் தந்தையை விட்டு பிரிந்தாய்
நாட்டை காக்க துணிந்தாய்
எங்கள் உயிரை காக்க
உன் உயிரை நீ கொடுத்தாய்
நாங்கள் நலமாக இருக்க நினைத்தாய்
பகலும் பாராமல் இரவும் பாராமல் இருக்கிறாய்
எல்லைக்குள் எவரும் வரவிடாமல் தடுக்கிறாய்
உன்னை என்றும் நாங்கள் போற்றுவோம்
நீ செய்த தியாகங்களை என்றும் நாங்கள் மறவாமல்
இருப்போம்

நண்பனின் காதல்

ஒரு நாள் கூட உன்னோடு நான்
பேசாமல் இருந்தது இல்லை
ஆனால்
இன்றோ இருக்கிறேன்
உன் காதலுக்காக என்னை
மறுக்கிறாய்
என்னோடு பேசாமல் நீயோ இருக்கிறாய்

மருத்துவர்

துறைகள் பல இருந்தாலும்
மருத்துவ துறை போல வருமா
தம் உயிரையும் பார்க்காமல் உழைக்கின்றனர்
மக்களின் உயரை காட்கின்றனர்
இன்று அவர்களை நாம் இறைவனை நினைக்கின்றனர்

இருசக்கரமே

என் இருசக்கர வாகனமே
என் மனதில் இடம் பிடித்த பேரின்பமே
உன்னை முறுக்க முறுக்க என்னுள் இன்பங்கள் வந்தது
என் கவலை எல்லாம் ஓடி போனது
ஒரு நண்பனை போல என்னோடு நீ பயணித்தாய்
நான் எங்கு சென்ற போதெல்லாம்
நீ என்னோடே இருந்தாய்
நான் உயிர் வாழும் நாள் எல்லாம்
உன்னோடு நான் கொண்ட காதல்
வேற யாரு மீதும் நான் கொள்ளவில்லை
உன்னை நான் ஒருநாளும் ஒருவருக்கும்
விட்டுக்கொடுக்கவில்லை
நீ போதும் என் இரு சக்கிரமே

ஈர்ப்பு

என்னை உன்னிடத்தில் ஈர்த்தவளே
என் மனதை எதோ செய்தவளே
உன்னிடம் கொண்ட மோகம்
உன்னை என்னிடத்தில் வர செய்தது
உன்னை என்னிடம் பேசவைத்தது
ஆனால் உன்னிடம் நான் பேசவில்லை
உன்னிடம் பேச வார்த்தைகள் கிடைக்கவில்லை
இருந்தாலும் அவ்வார்த்தைகளை திரட்டி
உனக்காக இக்கவிதையை கூறுகிறேன்
நீயே என் காதல் என்று உன்னிடம் சொல்லுகிறேன்

கல்லூரி காலம்

காலம் காலமாக காத்து கிடந்தோம்
இந்த நாளுக்காக
அந்த நாளும் வந்தது
நம் கால்கள் கல்லூரிக்குள் நுழைந்தது
என் மனமோ நண்பர்களை தேடினது - இன்று
புது புது நண்பர்கள் கிடைத்தனர்
அவர்களுடன் ஊரை சுற்றினோம்
நம் நட்பை வலுப்படுத்தினோம்
வகுப்பறைக்கு போகாத நாட்களிலே
உணவகத்திலே தங்கினோம்
உணவு உணவிடினும் அங்கே படுத்து தூங்கினோம்
இதுவே எங்கள் காலம் .
என்றும் அழியா காலம் அதுவே
எங்களின் கல்லூரி காலம்

திருமணம்

திருமணம் என்ற திருநாளே
இரு மனங்கள் ஒன்று சேரும் நாளே
உன்னை நினைத்து அவளும்
அவளை நினைத்தும்
நீயும் இருக்கும் நாள்
மனதை முழுவதுமாய் வெளிப்படுத்தும் நாள்
அவள் மனதுக்கு பிடித்ததை செய்யும் நாள்
குறைகள் பல இருப்பினும் அதை நிறைவாக்கும் நாள்
அதுவே உங்க நாள்
உங்க திருமணம் நாள்

அட அட கவிதை!

நிலா போல உன் முகத்தை பார்த்ததும்
உன்னோடு உலா செல்ல ஆசை படுகிறேன்
ரோஜாவின் இதழ்களும்
உன் இதழை கண்டு பொறாமை கொள்ளும்
நீ பேசுவதே ஒரு வகை இசைதான்
அந்த குயிலும் உன்னிடம் தோற்றுப்போகும்
உன்னை போல பெண் குயிலை தேடி செல்லும்

காத்திருப்பு

காத்திருந்தேன் காத்திருந்தேன்
உனக்காக நானும் காத்துருந்தேன்
நீ வருவாய் என்று எதிர்பார்த்திருந்தன்
எதிர்பார்த்த படி ஏமாந்து போனேன்

மனம் ஒன்றாய் வாழ்தல்

காதல் என்பதில் பொய்களும் இருக்கும்
மெய்களும் இருக்கும்
கொஞ்சல்களும் இருக்கும்
கெஞ்சல்களும் இருக்கும்
சண்டைகள் பல இருக்கும்
அதே சண்டையில் புரிந்து கொள்ளுதலும் இருக்கும்
பிரிந்து செல்லும் எண்ணம் இருக்கும்
அடுத்த நொடியில் பிரியமாய் இருக்க நினைக்கும்
திட்டினாலும் தாங்கி கொள்ளும்
அததிட்டினாலும் உடனே அனைத்து கொள்ளும்
உடனே அனைத்து கொள்ளும்
இதுவே காதல்
ஈர் மனங்கள் ஒன்றாய் வாழ்தல்

உண்மை காதல்

இவ்வுலகமே அழிய நேரினாலும்
உன் காதல் உன்னை விட்டு பிரிந்தாலும்
நீயோ உன் காதலை நினைத்து கொண்டே இருக்கிறாய்
உன் வாழ்கையே அதற்கு கொடுக்கிறாய்
இதுவே உன் காதல்
இதுவே ஓர் உண்மை காதல்

காதலியின் கனவு

என்னை நேசிக்க ஒருவன் இருந்தான்
அவன் என்னுடனே இருந்தான்
நான் சொல்வதை எல்லாம் கேட்பான்
என் உணர்வுகளை புரிந்து கொள்வான்
என் ஆசைகள் பல இருந்தாலும்
அதை அசட்டை பண்ணமாட்டான்
அவனை பார்க்க முடியாத வேலையிலும்
என் கனவில் அவன் தோன்றுவான்
என் கன்னத்தில் முத்தம் மிட்டு செல்வான்
முத்தம் மிட்ட சத்ததில் விழிக்கிறான்
இது எல்லாம் கனவா என்று வருந்துகிறேன்

கால் சுவடி

உன் கால் சுவடி நானே
நீ வந்த பிறகு நான் வருவேன்
இந்த உலகதிற்கு நீ வந்ததை காட்டுவேன்

பள்ளி காதல்

பள்ளிக்கூடம் போகையிலே
காதல் என்பதில் மோகம் கொண்டேனே
உன்னை பார்த்த பொழுது
என் மனம் காதலில் விழுந்தது
உன் பெயரானது என் மனதில் இருந்தது
என் கையோ அதை சுவற்றில் எழுதியது
உன்னை அழைத்தனர் ஆனால் உன்
பெயரை சொல்லி அல்ல
என் பெயரை சொல்லி அழைத்தனர்
நீ என் காதல் என்பதை அறிவித்தனர்
நீயும் அதை அறிந்துகொண்டாய்
உன்னுள் இருக்கும் காதலை என்னிடம்
மறைத்துவிட்டாய்
பிறகு நீயே வந்தாய்
என்னிடம் உன் காதலை கூறினாய்
உன்னை காதலிக்கிறான் என்று

அழைத்தாயா?நினைத்தாயா?

நிழல் போல உன் பின் தொடர
உன் இதழோடு நான் சேர
என்னை அழைத்தாயா இல்ல
என்னை நீயோ நினைத்தாய

ஊமையின் குரல்

ஊமையாக நான் இருந்தாலும்
என் எழுத்தால் வெளிகாட்டுவேன்
நாட்டில் நடப்பதை வெளிகாட்டுவேண்
மக்களின் குரல் எங்கும் ஒளிப்பதற்கே
ஓடி ஒளிவதற்கு அல்ல
மக்களின் பேச்சு எங்கும் பேசபடுவதற்கு
பேச்சின்றி மௌனம் காப்பது அல்ல
உரக்க சொல்லவேண்டும்
உண்மையை நிலை நிறுத்தி காட்ட வேண்டும்
மனிதனின் ஆயுதம் பேச்சு அந்த பேச்சை பிறர் மனதை
குத்தி கிழிக்க பயன்படுத்தினோம்
வார்த்தைகளால் ஒரு உயிரையும் பரித்தோம்
இதற்கு தான நம் பேச்சு பக்கத்து வீட்டில் நடப்பதை எல்லாம்
பேசுவோம்
நாம் நாட்டில் நடப்பதை எல்லாம் பேசுவோம்
நாம் நாட்டில் நடப்பவைகளை மறப்போம்
படத்தின் கதை எல்லாம் சொல்லுவோம்
நாட்டிற்காக பேச வர தயங்குவோம்
பேச்சுருமை இருந்தும் பேசவில்லை
அப்படி பேசினால் அவர்கள் இருந்த இடமும் இல்லை
என நடந்தாலும் பேச்சை நிறுத்தாதே
நீ கேட்கும் கேள்விகளுக்கு விடை அறியமால் விடாதே
நான் ஒரு ஊமை
என்னை போல் நீயும் ஊமையாகி விடாதே
உன் பேச்சுரிமையை இழக்காதே

காதல்! சாதல்!

காதல் என்பது சாதலுக்கா
இல்லை ஒன்றாக சேர்ந்து வாழ்வதற்கு

இது எங்கள் உலகம்

பள்ளி மாணவர்கள் நாங்கள் தானே
இதை எழுதுவதும் நாங்கள் தானே
பள்ளிக்கு போக வேண்டும் படிக்க ஆனால்
நாங்களோ அதற்கு செல்லவில்லை
நட்புக்கூட விளையாட சென்றோம்
காலம் மாறினாலும்
நாங்கள் மாறமாட்டோம்
எங்கள் குறும்புகளும் மாறாது
பகிரலாம் உணவை
ஆனால் நாங்கள் அவ்வாறு இல்லை
பறித்து பறித்து உண்போம் .
படித்து படித்து எழுதுவது இல்லை
தேர்வுகளுக்கு படிப்பதும் இல்லை
இருந்தாலும் செல்லுவோம்
நண்பன் இருக்கான் என்று
இதுவே எங்கள் உலகம்
எங்கள் நட்பு உலகம்
என்றும் அழிய அழகிய உலகம்

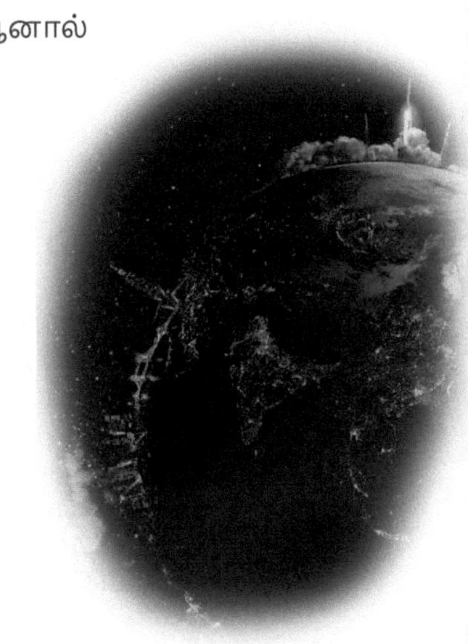

மாறிய காலம்

காலம் எல்லாம் மாறியது
கண்டும் காணாமல் இருப்பர்
பேச வந்தும்
பின் தயங்குவர்
யார் என்று தெரிந்தாலும்
யாரோ போல் நடிப்பார்
மாறி போன உலகத்தை
முகத்தில் மூலம் வெளிகாட்டுவர்

காதலுக்கு வயது இல்லை

காதலுக்கு வயது இல்லை
நம் காதலுக்கோ முடிவு இல்லை
நம் வயது முதிர்ந்தாலும்
நம் காதல் முறிவது இல்லை
நம் காதல் என்றும் அழிவது இல்லை
கன்னங்கள் சுருங்கினாலும்
முடிகள் நரைத்தாலும்
நம் காதலோ அவ்வாறு இல்லை
என்றும் இளமையாகவே இருக்கிறது
நம் காதல் மீண்டும் நம்மை இளமையாக மாற்றுகிறது

விடைபெறும் நாள்

எங்கையோ பிறந்து
இங்கு நாங்கள் ஒன்றாய் இருந்தோம்
ஒன்றாய் படித்தோம் — இப்போ
காலங்கள் போனது
எங்கள் வயதும் ஏறினது
ஆனால் எங்கள் நட்போ ஒருபோதும் குறையவில்லை
எங்களுக்கு ஒரு குறையும் வரவில்லை
சண்டைகள் பல போட்டாலும்
ஒன்றாகவே இருப்போம்
ஒருபோதும் பிரியமாட்டோம் —ஆனால்
இன்று நாங்கள் பிரியப்போகிறோம்
இவ் விடத்தை விட்டு விடைபெறப்போகிறோம்

அண்ணன் தம்பி

தம்பி என்ற உறவும்
அண்ணன் என்ற உறவும்
அடித்து கொள்ளும்
திட்டி கொள்ளும்
ஆனால் ஒருபோதும் பிரியாது
தன் உறவினை ஒருபோதும் மறக்காது

முடிவில்லா காதல்!

முடிவில்லா காதலுக்கு முற்று புலி வைக்காதே
மரிக்காத நம் காதலுக்கு கொள்ளி
வைக்காதே
மனங்களை சேர்ப்போம்
மரித்தாலும் சொர்கத்தில் சந்திப்போம்

தீராத விளையாட்டு பிள்ளை

விளையாட்டு பிள்ளை நீதானே
பல பெண்களிடம் விளையாடுபவனும் நீதானே
உன்னை தடுக்க யாராலும் முடியாது
உன்னால் பெண்களிடம் பேசாமல் இருக்கவே
முடியாது.இப்போ
நீ பெண்களின் மனதில் மன்மதனாய் திகழ்கிறாய் ஆனால்
பல ஆண்கள் மனதில் எதிரியாய் இருக்கிறாய்
உன் குறும்புகள் பெண்களை கவர்ந்தது
அவர்களை உன் பின்னல் வர செய்தது
அவர்களும் வந்தனர் நீ விளையாட்டு பிள்ளை என்பதை
அறியாமல்
இப்போ தவிக்கின்றனர் உன்னை பற்றி அறிந்தவுடன்

ஆசிரியர்

ஒரு தாயாகவும்
தந்தையாகவும் எங்களிடத்தில் வந்திர் ---
இருந்தபொழுதிலும்
ஜாடி மதம் பாராமல் எங்களுக்கு கற்றுக்கொடுத்திர்
அதை புரியும் வகையிலும் எங்களுக்கு எடுத்துரைத்திர்
கனா பல கண்டேன் என்னை நினைத்து
அதை இன்று நிறைவாக்கினேன் உம் துணைக்கொண்டு
என் பெற்றோரோடு இருந்த நேரத்தை விட
உம்மோடு இருந்த நேரங்கள் அதிகம்
நாங்கள் தவறு செய்த பொழுதும்
எங்களுக்காய் பரிந்து பேசினது நீர் மட்டுமே
ஒரு ஆசிரியர் மட்டுமில்லாமல்
ஒரு தாயாகவும் சில நேரம் தந்தையாகவும்
பல நேரம் நண்பனாகவும் இருந்திர்கள் எங்களோடு
நீர் சொல்லும் ஆலோசனை
எங்கே கேட்பேன் இவ்விடத்தை விட்டு சென்றால்
பிறந்த குழந்தையை உம்மிடத்தில் வந்தேன்
இப்பொழுதோ வளர்ந்தேன்
இவ்விடத்தை விட்டு திரும்புகிறேன்

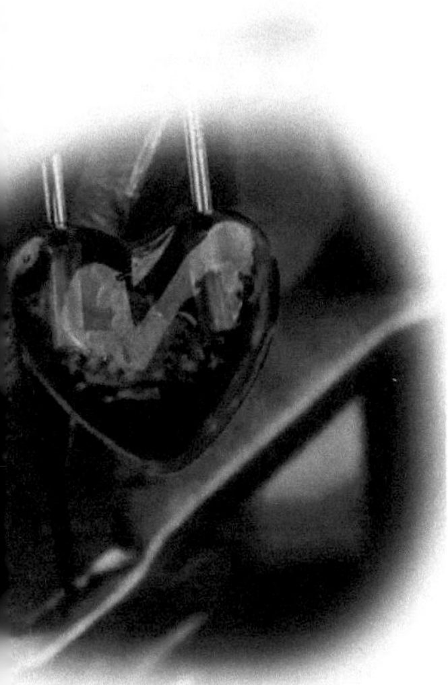

என் கண்மணியே

என் கண்மணியே
உன் கண்விழியால் கொல்லாதே
உன் கண்ணுகுழியில் என்னை நீ புதைக்காதே
என் கண்ணின் மணியாய் உன்னை பார்த்து கொள்வேன்
உன் கால் தடங்களை பின் பற்றி செல்வேன்
செல்லும் பாதை எல்லாம் நீ வேண்டும்
செல்லும் பாதை முடிவடையாமல் இருக்கவேண்டும்

காதலனின் ஆசை

நிலவுக்கு நிழலாக நீ இருந்தாய்
உன் இமைக்குள்ளே இணையாக நான் இருந்தேன்
உன் விழியை பார்த்தவுடன் பேச நானோ மறந்தேன்
மணித்துளியும் வீணாக்காமல்
நான் உன் மடி மீது சாய்ந்து தூங்கிட
என் கனவுகளை நீ திருடிட
உன் கண்விழிகளை என் கனவுக்குள் நீ புதுக்கிட
கண் உறங்கே என்று..
உன் தலாட்டு சத்தம் என் காதில் கேட்டிட
நிரந்திர உறக்கத்திற்கு சென்றேன்
நிறைவான ஆசைகளுடன்

சிதைந்த இதயம்

சிரிக்க முடியாமல் சிரிக்கிறேன்
சிதைந்து போன இதயத்துடன்

உழவன்

மண்ணில் உழுது உன் வியர்வையால்
உணவு கொடுக்கிறாய்
உணவை தந்து எங்களிடத்தில் கடவுள் ஆகிறாய்
கடவுளாக திகழந்து எங்களின் வறுமையை போக்கிறாய்
உன் பசியை மறந்து எங்கள் பசியை

கண்ணாடி

நான் நான் ஆகவே இருந்தேன்
நீ நீயாகவே இருந்தாய்
வெறும் கண்ணாடியில் மட்டும் தான்

என்னவனே

என்னவனே
இது என்ன மாயம் என்று தெரியவில்லை
உன் மேல் கொண்ட காதலோ என்று புரியவில்லை
புரியாமல் தவித்தேன்
உன்னை மட்டுமே நினைத்தேன்
நினைத்த படியே காத்துருந்தேன்
உன் வருகைக்காய்

உன் விழியில்

உன் விழியில் காண்ணும் யாவும்
நான் ஒளியில் காணவில்லையே
நீ பேசும் வார்த்தைகள் யாவும்
என் இதையத்தின் வரிகளே
அன்பே அன்பே
நீ என்னோடு இருந்தால் போதும்
காதல் செய்வோமே
உன்னுள் நானும்
என்னுள் நீயும்
இருக்க வேண்டும்
இறுதி வரை ஒன்றாகவே வாழ வேண்டும்

அண்ணன் தங்கை

ஒரு பெண்ணின் வாழ்வில்
அண்ணன் ஒருவன் போதும்
தனி ஒருவனாய் நின்று
தன் தங்கையை காப்பாற்றுவான்
தன் மகளை தன் தங்கையை பார்த்துகொள்வான்
தன் தோளின் மேலே
அவளை சுமப்பான்
தூனிலாத வீட்டிற்கு தூனாய் அவன் நிற்பான்
நிரைவில்ல ஆசைகளை நிறைவேற்றுவான்
தன் தங்கையை விட்டு பிரியும் வேளையில்
கண் கலங்கிய நிற்பான்
அண்ணன் தங்கைக்குள்
இது அல்லவா உறவு
அண்ணன் தங்கை உறவு

காதலின் பிரிவு

நாம் ஒன்றாய் இருந்தோமடி என் பெண்ணே
இப்போ எங்கே சென்றோம்
பிரிவு ஒன்று வந்தது நம் இருவரை பிரித்து எடுத்து சென்றது
நம் காதல் பொய்யானது
நம் பிரிவு மெய்யானது
ஒரு நாள் சேர்ந்தோம் ஆனால்
நீயோ காரணமில்லாமல் என்னை விட்டு சென்றாய்
நானோ உன்னை நினைத்து கார்மேகம் போல் ஆகினேன்
என் காதலை உன்னிடம் புரியவைதேன் நீயோ
அதை புரிந்து கொள்ளவில்லை
என்னை ஒரு பொருட்டாய் எண்ணவில்லை
இப்போ நானும் உன்னைகாதலிக்கவில்லை
இனி என் வாழ்வில் நீ தேவையில்லை

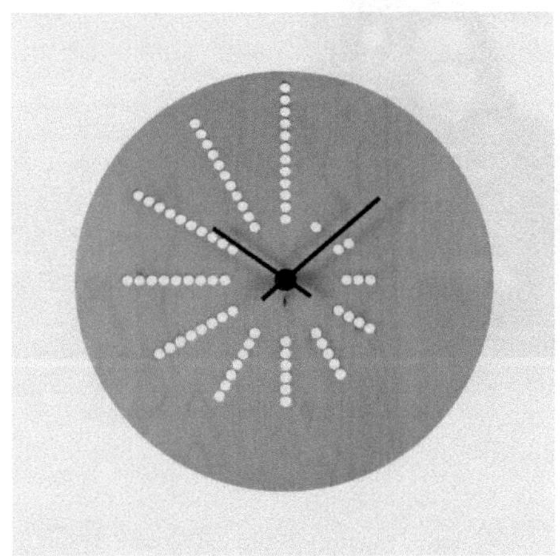

கடிகார காதல்

கடிகாரத்தின் பெரும்முள்ளாய் நான் இருக்க
சிறும்முள்ளாய் அவள் இருக்க
இருவரும் சேரும் நேரத்தை எதிர்பார்த்தோம்
நேரம் கடந்தது
எதிர்பார்ப்பும் பெருகினது
மணி 12 ஆனாது
கடிகாரத்தின் முள்ளும் ஒன்று சேர்ந்தது
நாங்களும் ஒன்று சேர்ந்தோம்

என்னவளே

என்னவளே உன் வாசம் தேடி வந்தேன்
உன் சுவாசக நான் இருந்தேன்
என்றும் நீதான்
என் இதையத்திலும் நீதான்
உன்னை தேடி வந்த போதெல்லாம்
என்னை நான் தேடுகிறான்
உன் அழகை பார்த்து மயங்கிறேன். - இப்போ
என் காதலை உன்னிடம் சொல்ல வருகிறேன்
என் காதலை ஏற்பாயா என்று கேட்கிறேன்

நாம் இருவர்

ஒருவர் இன்று இருவராக மாறுவர்
அவ்வாய்ப்பை எனக்கு தருவாயா
என் காதலை ஏற்ப்பாயா என்று கேட்கிறேன்
உன் மறுமொழிக்காக காத்துக்கிடக்கிறேன்

காத்திருந்தேன்

ஒரு நிலவாக காத்திருந்தேன் இரவுகாய்
ஒரு மொட்டாக காத்திருந்தேன் மலர்வதற்காய்
ஒரு காதலனாக காத்து இருக்கிறேன்
என் காதலை சொல்ல வருகிறேன்

நட்பு

உன்னைப் பார்த்த நாள் உன்னிடம் பழக துடித்தேன்
நாம் ஒன்றாய் பழகினோம்
நாம் சிரித்த பொழுது
உலகம் அழகாய் தெரிந்தது
நீ என்னை விட்டுப் பிரிந்த பொழுது உலகம் இருளாய்
தெரிந்தது
உன்னை விட்டால் நானும்
என்னை விட்டால் நீயும் இல்லை
ஒன்றாய் படித்தோம் ஒன்றாக இருந்தோம்
இப்போ எங்கே சென்றோம்
உன் நிழல் செல்லும் வழியில் நான் சென்றேன் — நீ
எப்போதும் என்னோடு இருப்பாய் என்று எண்ணினேன்
அது தவறாகிவிட்டது
உன்னை பிரிய மாட்டேன் என்று வாக்குக் கொடுத்தேன்
அது பொய்யாகிவிட்டது
உன்னிடம் இருந்த நாட்கள் என்னை நினைவு கூற வைத்தது
உன் நினைவுகளோ என் கண்ணில் கண்ணீராய் வந்தது
உண்மையான நட்பு நாம் தான் என்று எண்ணினேன்
உயிர் பிரிந்த பொழுதிலும்
உன்னை மட்டும் மறவேன் என் இறுதிப் பொழுதிலும்

நானேஉன் நண்பன்
நீயே என் தோழன்

பள்ளிக்கூடம்

நம் வாழ்வில் ஒரு முக்கிய கூடம்
அதுவே நம் பள்ளிக்கூடம்
நம் வாழ்வை மற்றும் கலம்
கலாம் போல் பெரிய ஆளாக மாற்றும் இடம்
தவறுகள் செய்தாலும்
அதை சரி செய்ய வேண்டும் இந்த இடம்
தெருந்தோறும் ஊர்தோறும்
வேண்டும் இந்த இடம்
நம் வாழ்வை மாற்றும் அன்றாடம்
உன்னை யார் என்று காட்டும் இடம்
உன் திறமைகளை வெளிக்காட்ட போற
ஒரே இடம்
அதுவே நம் பள்ளிக்கூடம்

ஜெனியின் கவிதைகள்

நம்பிக்கை

விடியும் என்ற நம்பிக்கையில் இரவு
மலரும் என்ற நம்பிக்கையில் மொட்டு
உதிர்ந்தால் மலர்வோம் என்ற நம்பிக்கையில் பூ
கனியும் என்ற நம்பிக்கையில் காய்
நம்பிக்கை நம்பிக்கை நம்பிக்கை
நமது நாடி துடிப்பதும் நம்பிக்கை
விழுந்தாலும் எழுவோம் என்ற நம்பிக்கை
நாள் வித்தாகும் நமது நம்பிக்கை

தொலைதூரத்து நட்பு

நேரமும் தூரமும் நீண்டாலும்
தொலையாது
தொலைதூரத்து நட்பு

அன்பு

அன்பிற்கு உருவம் கிடைத்தது
அம்மாவாக

எதிர்மறை கவிஞனின்
மழலை கவிகள்

9 789391 423452

Printed by Libri Plureos GmbH in Hamburg,
Germany